அந்தர மீன்

அந்தர மீன்
பா. தேவேந்திர பூபதி

வணிகவியலில் இளம்முனைவர் பட்டமும் நிர்வாகவியலில் முதுகலைப் பட்டமும் பெற்ற பா. தேவேந்திர பூபதி, பழனியைச் சொந்த ஊராகக் கொண்டவர். ஓய்வு பெற்ற பஞ்சாயத்து ஒன்றிய ஆணையரான அ. பாஸ்கர சேதுபதிக்கும் தங்கத்துக்கும் முதலாவதாகப் பிறந்தவர். சங்க இலக்கியத்தையும், தத்துவங்களையும் ஆர்வமாகப் பயின்று அதன் வழியே நவீன கவிதைத் தளத்திற்குள் வந்திருக்கும் இவர், 'கடவு' இலக்கிய அமைப்பினை நிறுவிச் செயல்பட்டு வருகிறார். சிற்றிதழ்களில் பரவலாகக் கவிதைகள் எழுதிவரும் இவரது பிற தொகுப்புகள்: 'பெயற்சொல்', 'வெளிச்சத்தின் வாசனை', 'முடிவற்ற நண்பகல்', 'ஆகவே நானும் . . .'.

மனைவி: கீதா, மகன்: விஜயேந்திர பூபதி

மின்னஞ்சல்: kousick2002@yahoo.com

தேவேந்திர பூபதி

அந்தர மீன்

காலச்சுவடு பதிப்பகம்

அந்தர மீன் ♦ கவிதைகள் ♦ ஆசிரியர்: பா. தேவேந்திர பூபதி ♦ © பா. தேவேந்திர பூபதி ♦ முதல் பதிப்பு: டிசம்பர் 2007, இரண்டாம் பதிப்பு: ஜூலை: 2014 ♦ வெளியீடு: காலச்சுவடு பப்ளிகேஷன்ஸ் (பி) லிட்., 669 கே. பி. சாலை, நாகர்கோவில் 629001

antara miin ♦ Poems ♦ Author: Ba. Devendhira Poopathy ♦ © B. Devendhira Poopathy ♦ Language: Tamil ♦ First Edition: December 2007, Second Edition: July 2014 ♦ Size: Demy 1 x 8 ♦ Paper: 18.6 kg NS maplitho ♦ Pages: 72

Published by Kalachuvadu Publications Pvt. Ltd., 669 K.P. Road, Nagercoil 629001, India ♦ Phone: 91-4652-278525 ♦ e-mail: publications@kalachuvadu.com ♦ Printed at Compuprint Premier Design House, Chennai 600086

ISBN: 978-81-89945-27-5

07/2014/S.No.234, kcp. 1114, 18.6 (2) KLL

எஸ்.வி.ஆர்., தொ.ப., சுசி, இன்பா ஆகியோருக்கு

நன்றி

தீராநதி, யாதுமாகி, காலச்சுவடு, உயிர் எழுத்து, உயிர்மை, புது எழுத்து, புதுவிசை, உன்னதம், புதிய காற்று, புதிய பார்வை, சாளரம், கருக்கல், செம்மலர், அந்திமழை.காம், கீற்று.காம்.

ஆனந்த், குவளைக் கண்ணன், பெருந்தேவி,
யவனிகா ஸ்ரீராம், பிரம்மராஜன்.

பொருளடக்கம்

அடையாத கபாடம்	13
மணிக்கூண்டின் முட்கள்	14
வாத்துக்களை நடத்திச் செல்பவன்	16
பத்து வயதுக் கனவு	17
காரணிகள்	18
பவளப் பாறைகள்	19
அந்தர மீன்	20
இருவழிப் பாதை	21
நறுமணமூட்டப்பட்ட அறை	22
சொற் குறிப்பு ஆவணம்	24
துரோகத்தின் இடவலம்	25
கொந்தளிப்பின் இசை	26
நேஷனல் சர்க்கஸ்	27
ஒரு பேருந்து ஓட்டுநர் கைகாட்டிய வீடு	29
இரவின் நிறம்	30

காட்டிக்கொடுத்தல்	32
மிருக வெப்பம்	34
கைகாட்டி மரங்கள்	35
முத்தம் என்பது வார்த்தை	36
வண்ணத்தியின் பணிகள்	38
இரவல் காலங்கள்	40
இடம் மாறும் பறவைகள்	41
இருளின் சப்தம்	42
கனவகன்ற நிலம்	43
உண்மையான பயம்	44
நிலை / அநிலை	45
புலிநகச் சகோதரர்	46
அலை புரளும் கடல்	47
வெளி வாங்கும் இதம்	48
மகாகவியாகும் ரகசியம்	49
பாதுகாப்பான ஆழம்	50
புராதனமான புனிதம்	51
அத்துவான வெளி	52
புல்வெளியில் ஒரு செல்ஃபோன்	53
பதங்கமானவன்	54
உடலை வருடிச் செல்லும் காற்று	55
சீட்டாடும் மங்கை	56
வெளியே சாரல்	57

குறிப்புணர முடியாத பயணம்	58
இயல்பான நம்பிக்கை	59
ஆதிமூலம்	60
எண் உடல்	62
பறவைகளின் பாடலுக்குத் திரும்புவது	64
நடமாட்டத்தின் இருப்பு	66
எனது தலைமுறையின் கோடை	67
விழுந்த இருப்பு	68
வீடு திரும்பும் வெயில்	69
வெள்ளி வீதி	70
மாடு மேயும் பரப்பு	71

அடையாத கபாடம்

எனது சன்னல்கள் தட்டப்படுகின்றன
கதவுகள் திறந்திருக்கும் போதும்
வாசலில் வரவேற்க நான் நின்றிருந்தாலும்
எனது சன்னல்கள் ஏனோ
பெருஞ் சத்தத்துடன் தட்டப்படுகின்றன
சன்னலைத் தட்டுபவர்கள் பற்றி
என்ன சொல்வது
பல நேரம் ரகசியமான மெல்லிய ஓசைகள்
திடீரென அதிகாரத்துடன் பலமான தட்டல்கள்
நாசூக்காய் அழைக்கும் பரிச்சயமான தட்டல்கள்
ஏக்கம் நிறைந்த சுண்டிவிடும் ஒலிகள்
துப்பறியும் பொருட்டான பெருமூச்சுகள்
சத்தம் மட்டும் தாளவில்லை
எல்லாச் சன்னல்களையும் திறந்துவைத்தால்
யாருமில்லாத வீடெனத் தெரிந்துவிடும்
என்றாலும்
தற்சமயம்
ஒரு சன்னலைத் திறக்கின்றேன்
மற்றொன்றை மூடுகிறேன்

❀

மணிக்கூண்டின் முட்கள்

இத்தனை காதலிலும்
நகரத்திற்கான சாலை விதிகள்
உன் கண்களில் தெரிகிறது

பேரிரைச்சலுக்கு மத்தியில்
இந்தச் சிறிய மலரை நான் உனக்கு முன் நீட்டுவது
                                    குறித்து
வேகமாய் எதிர்நடைபாதைக்கு வந்த நீ
என்னதான் சொல்ல முடியும்

நெருக்கடியில் பலர் உன்னை இடித்துவிட்டுச்
                                    செல்கிறார்கள்
நான் வெளியேற வேண்டுமெனில்
அலுவலகத்தின் ஆண்டுத் தணிக்கை முடியவேண்டும்
உனக்கு எப்போதும் இருட்டுமுன் வீடு

நீளமான நகங்களின் சாயப்பூச்சை இம்மரத்தடியில்
நான் பவளம் என வியப்பதும்
கமழும் எனதுடலின் நறுமணத் திரவியத்தின்
பெயர் கேட்டு நீ நிற்பதும்
நெடுநாள் பழுது பார்க்கப்படாத மணிக்கூண்டின்
இரண்டு முட்கள் போல அருகருகே உறைந்து
                                    தோன்றுகிறது

பேசிய இத்தனை சொற்களிலும்
இந்த மரங்கள்
அதன் மலர்கள் அந்தி கவிழும் இருளில்
வாகன நிறுத்தங்களின் மறைவு
மறுபடியும்
இந்த நகரம் நம்மை அடையாளமற்று ஒளியில்
                              மூழ்கடிக்கிறது

வாத்துக்களை நடத்திச் செல்பவன்

நண்பகல் சாலையில் விரைந்து விடுபடுகின்றன
பெயர்ப்பலகைகள்
தொலைதூரம் கடந்த கொக்குகள்
தென்னையில் பூத்திருக்கக் கண்டேன்
எனது வாகனம் சாலை வழிகளைச் சக்கரத்தில்
இழுத்துச் சுருட்டுகிறது
இன்னுமொரு உலகத்தில் சந்திக்க
என்ன இருக்கிறது
அந்தக் கொக்குகள் எப்போது பறக்கும்
வாத்துக்களை நீண்ட கழியில்
நடத்திச் செல்கிறவன்
கண்திறக்காத பூங்குஞ்சுகளை
கைப்பையிலிருந்து எடுத்துக் காண்பிக்கிறான்
திரும்புவதெனில்
போய்ச் சேருமிடமா
வந்து சேருமிடமா
பூமி சுற்றும்போது
சாலை எந்தத் திசையில் நகரும்

பத்து வயதுக் கனவு

பத்து வயதுக் கனவில் வந்த
பள்ளி மைதானம்
வாலிபத்தில் ஒரு நீர்நிலையானது
கனவில் பிடித்த மீன்களை
கரையில் கிடத்தி எண்ணினேன்
துள்ளிய கனவு ஒன்று
நீருக்குள் மறைய
புத்தகப் பையுடன் வீடு திரும்பினேன்
நீர்நிலைகள் மைதானமாகும் கனவு
என் முதுமையின்
புத்தகப்பையில்
எப்படி இவ்வளவு மீன்கள்

காரணிகள்

நீரோடைகளின் அருகே சிறு புல்லென
நிலவின் அருகாமையில் நட்சத்திரங்களென
ஒளிரும் மலைமுகப்பில் உலவும் மேகமென
உன்னருகே இருக்க முடியாதபோதும்
உனக்களித்த சொல்லில்
நீ தேர்ந்தெடுத்ததை
நான் வாசித்து
உனக்குச் சொன்ன என் சொல்லில்
நீ புரிந்துகொண்டது
நிலவு புல் நட்சத்திரம் நீரோடை
மற்றும் மலைமுகட்டுடன் கூடிய மேகம்
மட்டுமே என்றால்
உன் தனிமை கொடுமையானதுதான்
என்னருகே நீ இல்லாதபோதும்
அவையெல்லாம் நீ எனக்களித்த
முதல் முத்தத்தின் ஞாபகங்கள் என்றேன்
உனக்களித்த சொற்களில்
கவித்துவம் அதிகரித்துவிட்டது என்கிறாய்
மீண்டும் உன் முத்தம்தான் காரணம் என்கிறேன் நான்

பவளப் பாறைகள்

இன்னும் உனக்குத் தெரிவிக்கவில்லை
என் சிறிய கள்ளின் தந்திகளில்
உதறிக்கொண்டிருக்கும் சுருக்கமான செய்தியை
எப்போதும் உன் ஊரில்
மழை பெய்கிறதா என்ன
என் கனவில்
முகம் நனைந்து உதடுகளில்
வழியும் துளிகளோடு உன்முகம்
கடல் பற்றிய புத்தகத்தில் நேற்று
பவளப் பாறைகளைப் படித்தேன்
நம் தனிமையின் ஒரு அறையில்
நீ எனக்குப் பயிற்றுவித்ததும் அதுதான்
ஆனாலும் எனது பயண வீதிகள்
உன் அருகாமையற்று நீளும்போது
உருத்திரளும் மஞ்சு போல
உன்னுருவம் சாலையைக் கடக்கும் வேளை
காதலின் பழம் பாடல் ஒன்றில்
கவிந்திருக்கும் என் மோனம்
பிறிதொரு சமயம்
இடமாற்றம் கேட்டு என் முன்
நிற்கும் சிப்பந்தியிடம் சொல்கிறேன்
உன்னை இழப்பது எவ்வளவு துக்ககரமானது

அந்தர மீன்

வெளியும் காலமும் அதிர
நீருக்குவெளியே துள்ளியது மீன்
நாயை அழைத்துச் சென்றவன்
பனியில் உறைந்து தூங்கும் மீன்களை வியக்கிறான்
ஈர்ப்பு விசை இழந்து மிதப்பதாக
கனவு காண்பது
பிடிமானமற்று ஆழத்தில் வீழக்காண்பது
பாறையிலிருந்து வேறொரு பாறைக்கும்
ஒரு காலிலிருந்து மறுகாலுக்கும்
இடையே
நிலம் கொஞ்சம் அசைந்துவிட்டது
கரையில் கிடக்கும் உடல்
காற்று விளையாடும் துவாரம்
துள்ளிய மீன் அந்தரத்தில் வாழ்கிறது

இருவழிப் பாதை

ஆட்டுக் குட்டிகளை மேய்க்கும்
சின்னஞ்சிறுவனொருவனை
கண்டதும்தான் ஆசுவாசமாயிற்று
எதிரே கண்ட இருவழிப் பாதையில்
எதில் செல்வதெனக் கேட்டபோது
ஒரு பாதை தடங்கலானதால்
மறு பாதையில் போகலாமென்றான்
ஒரு எச்சரிக்கைப் பலகை தேவையெனப்பட்டது
என்றாலும் ஆடுகள்
அதில் நுழைந்துவிடுவது இயல்பானது என்றவன்
அந்தப் பாதையைப் புற்களும் தளிர்களும்
மூடிக்கொண்டுவிட்டதாகச் சொன்னான்
தார்ச் சாலையில் நகர்கிறது எனது வாகனம்
கதவில் ஆடுகள் உரசும் சத்தம்
சக்கரங்களுக்கடியில் தாவரச்சாறு கசியும் மணம்

நறுமணமூட்டப்பட்ட அறை

இந்த நகரத்தின் ஈசான்ய மூலையில்
நமது கட்டில் மிதந்துகொண்டிருக்கிறது
சில நேரம் சூரியக் கதிரும்
பலநேரம் நிலவொளியும்பட்டு
மேகங்களுக்கிடையே அடிக்கடி
மறைந்து விடுவதை நீயும் கண்டிருப்பாய்
அது இறங்குமிடம் ஒரு அடர்ந்த காடாக
அருகில் ஒரு நதியின் சலசலப்பு
இருக்க வேண்டுமென்பது உன் பிரார்த்தனை
நான் அதனருகில் சில புள்ளினங்களையும்
அலையும் விலங்குகளையும் வேண்டியிருப்பேன்
உண்மையில் நறுமணமூட்டப்பட்ட ஒரு அறை
இன்னும்கூட வசதியானது என்பேன்
மிதக்கும் கட்டிலை அது முழுவதுமாக
உள்வாங்கி ஆறாத மனப்புண்களின்
சயனத்தை நமக்கு வழங்கவும்கூடும்
அந்நேரம் அதன் கால்களிலிருந்து ஏதேனும்
பதுமைகள் உயிர்த்தெழுந்து நமக்கிடும்
நிபந்தனையுடனான விடுகதைகளை
விடுவிக்க இயலாமல்
கூடலற்றுப்போன நமது திகைப்பு
ஒரு தத்துவமாகி வெளியில் உறைந்தும் போகலாம்

இத்தனைக்கும் பிறகு
மிதக்கும் கட்டிலைத் தரை
இறக்கியது யாரென்ற
விவாதம் மட்டும் நமக்குள் தொடங்கிவிடக் கூடாது
என்பதுதான் செல்லமே
என்னுடைய நித்திய பிரார்த்தனை

சொற் குறிப்பு ஆவணம்

ஆளுக்கொரு சொல் வைத்திருக்கும் உலகம்
ஒவ்வொரு சொல்லும் ஒரு உடல்
எனது சொல்லை எடுத்துக்கொண்டு போனவன்
சொன்னது அவனது சொல்லை
கேட்டவன் தனது சொல்லை
எனக்கு அனுப்பி வைத்தான்
அந்தச்சொல் ஒரு குப்பைக் கூடையில் வெளியேறுகிறது
கொண்டு போனவன் சொல்லை
குறிப்புகளில் பத்திரப்படுத்தினேன்
எப்படித் தேடினாலும் கிடைக்காது
எனது சொல்
என்பதுதான் தற்போதைய நிம்மதி

துரோகத்தின் இடவலம்

அசையும் மரங்களிலிருந்து
உன் சன்னலுக்கு ஒரு துரோகப்பாடலை
அனுப்பி வைத்தேன்
அதன் ஒரு வரியை மலராக்கி
எனக்கு வாழ்த்துக்களை அனுப்பியிருந்தாய்
விடைபெறுவதும் சந்திப்பதும்
வாழ்த்துக்களைப் பரிமாறத்தான்
என்ற சம்பிரதாயம்
மிச்சமான வரிகளுக்குள்
தேம்பிக்கொண்டிருப்பதை மறைக்கிறாய்
துரோகத்தில் என்ன இடவலம்
சந்திப்புக்களில் என்ன
குறுக்கு வெட்டுத் தோற்றம்
யார் நுட்பமானவர்கள்
நழுவுவதற்கு வார்த்தையில்தான்
எவ்வளவு இடைவெளி
உனக்குப்பதில் ஒரு புறாவைக்
காதலித்திருக்கலாம்
துரோகம் என்றே வைத்துக் கொள்
நீகூட ஒரு மண்ணாந்தையைக் கொஞ்சலாம்

கொந்தளிப்பின் இசை

அகாலத்தில் இசைத்துக்கொண்டிருக்கும்
உடைந்த நிலவின் நகக் கண்களில் இருந்து
உனக்கான ஒரு பாடலை உருவாக்குகிறேன்
மிக முந்தைய
ஒரு தலைமுறையின் பிரிவாற்றாமைப் பாடலாய்
காதல் நிறைந்தவனின் பின்மாலைக் கழிவிரக்கமாய்
மரணங்களால் விரைவுபடுத்தப்பட்டும்
முழுநிலவையும் தனக்குள் தக்கவைக்க
தத்தளிக்கும் அப்பாடலில்
எனது நிலக்காட்சி தொலைவில் தெரியும்
சிறுசிறு வீடுகளின் விளக்கொளியைப் போல்
துக்கமெழுப்புகிறது
உன் சருமத்தில் ஊர்ந்து திரிந்து
பரவசம் கண்ட என் நகக்கண்கள்
வளர்ந்து பௌர்ணமி நிலவாய்
உன் முற்றத்தில் நிற்கும்போது
அகாலத்தில் கடலலைகள் அப்பாடலை
உனக்கான கொந்தளிப்புடன்
இசைக்கத் துவங்கிவிடும்

நேஷனல் சர்க்கஸ்

அவன் சிங்கத்தின் தலையில்
ஓங்கிக் குட்டும்போது
அதன் கருமணிகள் ஒரு கணம்
வெண்மையாகி மீள்கிறது
உறக்கத்திலிருக்கும்போது குட்டுவது
அதைக் கொட்டாவிவிட வைக்கிறது
முகத்திற்கு முன் பறக்கும் ஈக்களை
வாய்திறந்து பிடிக்கச் செய்கிறது
இப்போது அவன் உச்சந்தலையில்
நங்ஙென்று கொட்டிய ஒலியில்
அது பரிதாபமாய் தலை குனிந்து
அவனைக் கீழ்பார்வை பார்க்கிறது
மற்றுமொரு குட்டிற்குக் கை ஓங்கும்போது
அது சற்றே முகம் நிமிர்ந்துவிட
மூக்காந்தண்டையில் விழுந்த அடிக்கு
பெரும் உறுமலுடன் கைகளைக் காற்றில் வீசி
சீறிப்பாய முயல
அவன் ஒரு வளையத்தை நீட்டுகிறான்
அத்துடன் சவுக்கால் ஒரு சொடுக்கை
பளீரென அவன் சுழற்றிய போது
முதுகுத் தண்டின் சிலிர்ப்பில்
அதன் இதயம் நடுங்குவதைக் காணமுடிந்தது
மீண்டும் ஒரு குட்டு

அது முட்டாள் பையன் போல முனங்குகிறது
அவன் மேலும் வளையத்தைத் தீர்மானமாக ஆட்டுகிறான்
சட்டெனத் தாவிக் கச்சிதமாக நுழைந்து எதிர் மேசையில்
இடறி

ஒருவழியாகச் சமாளித்து நிற்கிறது சிங்கம்
வாயில் கொடுத்த இறைச்சித் துண்டுடன்
அது திரும்பிச் செல்லும்போது
கரகோஷம் விண்ணில் எழும்புகிறது

ஒரு பேருந்து ஓட்டுநர் கைகாட்டிய வீடு

எனது வீடுகள் நடமாடிக்கொண்டிருக்கின்றன
அதன் முகவரியை ஒரு குன்றினைப் போல்
என்னால் பிடித்துவைக்க முடியவில்லை
நகர்ந்துகொண்டிருக்கும் என் வீட்டினை
ஒரு பேருந்து ஓட்டுநர்
உங்களுக்குக் கைகாட்டும்படி நேரலாம்
நான் உங்களிடம் கொடுத்த
அதன் வரைபடம் தற்காலிகமானது
அதன் முகவரி
தற்காலிகத்தின் நட்புவெளிகளில்
அதன் முகவரி அட்டையை அவர் ஏன்
பெற்றுக் கொள்கிறார்
வரும் நாளில் நகர்ந்து போய்விடும்
என் வீட்டின் முன்பு அவர் என்ன செய்வார்
ஆனாலும் என் முகவரியை
உங்களுக்குத் தெரிவிக்க வேண்டிய
கடமை எனக்கிருக்கிறது
ஒரு நகரத்தின் மையத்தில்
கண்டுபிடித்துவிட முடியும்
என அறிந்திருக்கும் உங்களுக்கு
அதன் தற்காலிகத் தன்மையும்
தெரிந்துதான் இருக்கும்
எப்படி நகர்ந்தாலும் ஏதேனும் ஒன்று
மையத்தில் நிற்கும்போது நிகழ்வதுதானே
தற்காலிகமாகிறது

இரவின் நிறம்

தீராத காதல் ஒன்றுமில்லை

அந்தப் பெண்கள் இனிப்பைச் சுவைக்கும்போது
கறுத்த முகத்துடன் அவன் வீற்றிருந்தான்
தொண்டையில் பேசுவதற்கான
ஆங்கில வார்த்தை உருவாகிக் கலைகிறது
ஒருபாதி உலகத்துடன் தொடர்பற்றவனாய்
மதிப்பிற்குரிய அன்பொன்றுக்காக
மழைநாளின் தெருவொன்றில்
கனவுகளுடன் வசிக்கிறான்

அவர்கள் சில தின்பண்டங்களை வாங்கிக் கொண்டும்
ஒருத்தி கைபேசியில் தனியே ஒதுங்கியிருக்க
அவன் வேண்டுமென்றே ஏதோ ஒன்றின்
விலை விசாரிக்கிறான்

அவர்கள் அன்பற்றவர்கள் போலவும்
பல ஆண்களைக் கடந்து வந்தவர்கள் போலவும்
தாங்களாகவே வாழ்வது போலவும் இயங்கினார்கள்

பின்னப்படாத கேசங்கள் காற்றில் அலைய
ஆடைகள் உரசும்படி அவனைக் கடந்தார்கள்
அவர்கள் திரும்பப் போவதில்லை

வீடுதிரும்பும் நகரப் பேருந்தில்
அவன் மட்டும் தனியே
இடை நிறுத்தத்தில் ஒரு சிறிய பெண்
கூந்தலில் மலர்கள் இல்லாமல்
தூரத்து இருக்கையில் முகம் திருப்பாமல்
இறுதி நிறுத்தத்தில் இருவரும் இறங்க
சில அடிகளுக்குப் பின்னால் தொடர்ந்தவன்
நிலவொளியில் மிக மெதுவாக
'கராமி' என அழைத்தான்
இந்த வெண்ணிரவில் அவள் நடை திகிலூட்டும்படி
சடுதியாய் இருந்தது

காட்டிக்கொடுத்தல்

எனது நிலத்தில் உள்ள
மலர்களின் பெயர்களை
உங்களுக்குச் சொல்லுவேன்
அதன் அழகிய நீரூற்றுக்களையும்
காய்கனி பயிர்களோடு
ஒரு கலாச்சாரத்தையும்
அதன் பாடல்களையும்
நீங்கள் ரசிக்கும்போது
வாழ்வின் உன்னதங்களை
அதன் அமைதிபற்றிய தத்துவத்தை
ஒரு தொலைதூர நிலவொளியாக
நீங்கள் அனுபவித்து மகிழலாம்

பிறகு எங்கள் நீரூற்றுகளை
விலைப்படுத்தியவர்களையும்
தானியங்களை சுவீகரித்து
உடல்களைக் கிடங்குகளில்
சமைய வைத்தவர்களையும்
மலர்களைச் சொன்னவனுக்கு
நோய்களைப் பரிசளித்ததையும்
ஆடைகளைப் பறித்துக்கொண்டவர்களையும்
நீங்கள் அடையாளம் காட்டவேண்டும்

எங்கள் பாடல்களை இசைத்தட்டுகளாக்கி
நடனமாடிப் பருகும் மதுவில்
எங்கள் உதிரத்தை உறிஞ்சும்
நிகழ்விற்கு நீங்கள் சாட்சியாக இல்லையெனில்
மிகக் கொடுமைதான்
அதைவிடவும் கொடுமை
ஒரு தொலைதூர நிலத்தை
உங்களிடம் காட்டிக் கொடுத்தது

மிருக வெப்பம்

தெற்கு வாடைக்காற்று வீசும்
இல்லத்தின் பின்புறம்
மூலிகை மணக்கும் காடு
காதலை அதன் அருவிகள் சலசலக்க
அதன் மலர்கள் மெய்மையை ஒளிர்விக்கும்போது
எனது இளமையின் வருட வளையங்களை
உன்னிடம் பகிர்ந்துகொண்டேன்
உனது சச்சரவுகளை ஆட்கொல்லி விலங்குகளிடமும்
உனது அன்பைக் காட்டுக் கொடிகளிடமும்
நான் சொல்லிக் கொண்டலைவது
அவ்வினங்களில் பொழியும் பருவகால
மழைத்துளிகள் அறியாதது
எனது இல்லத்துள் உன்வருகை
நேர்ந்தபோது அதன் பலகணியில் நின்று உனக்கு
அம் மலையைக் காட்டினேன்
அதன் வருட வளையங்களையும்
வாடைக் காற்றையும் சமன்குலைக்கும்படி
எனையிழுத்து
முத்தமிட்டாய்
மிருக வெப்பமும்
தாவர வாசனையும் தகித்தது

கைகாட்டி மரங்கள்

குழந்தைகளைத் தூர தேசங்களுக்கு
அவர்களின் கனவுகளோடு
இழுத்துப்போகின்றன இரயில்கள்
எருக்கஞ்செடிகள் அல்லது
ஒரு பசு மாட்டின் வயிற்றின் கீழ்
அமர்ந்து அதன் பெட்டிகளை
எண்ணிக்கையிடும் போது
குழந்தைகளின் காதுகள்
விடைத்துக்கொண்டு விடுகின்றன
அவர்களின் ஈய நாணயங்களை
இரயில் சக்கரங்கள் ஒரு வட்டக் கத்தியாக்கி
தரும்போது உற்சாக சப்தங்களுக்கு
இரயில் ஒரு வீரிடலைப் பரிசாகத் தருகிறது
அதன் கதவுகளில் அமர்ந்திருப்பவர்கள்
கைகளை அசைக்கிறார்கள்
ஒரு கைகாட்டி மரம் சட்டென்று எழுகிறது
தண்டவாளங்களில் ஓலமிட்டு ஓடும்
குழந்தைகள் இரயிலைப் போலவே
ஒருவர் பின் ஒருவராய் அணி வகுக்கிறார்கள்
நெடுந்தூரங்களைக் கடக்கவும்
சுமைகளைச் சுமக்கவும்
பழகும் அவர்கள்
தடம் புரண்டு விழும்போது
கைகாட்டி மரங்கள் மௌனமடைகின்றன
காலம் தன் கைகளை அசைக்கிறது

❀

முத்தம் என்பது வார்த்தை

வார்த்தைகள் நடவே வருகிறாய் நீ
என் பிள்ளைப்பிராயப் புகைப்படத்தின் மீது
நீ விதைத்துவிட்டுப் போன வார்த்தை
வளர்ந்து
என் உறக்கத்தில் ஒடுங்குகிறது

புத்தக அலமாரியில்
நீ கோடிட்டுப் போன வார்த்தை
தொலைக்காட்சிப் பெட்டியில்
திரும்பத் திரும்ப எதிரொலிக்கிறது

சமையலறையில் நீ விட்டுச்சென்ற
வார்த்தையின் ஜாடி தெரியாமல்
உணவின் ருசி குறைந்துவிட்டது

படுக்கையறையில் நீ சொல்லிய வார்த்தை
பெரும் மலையடிவாரங்களில்
என்னை இழுத்துத்திரிவதை எப்படிச் சொல்வேன்

என் நடுநெஞ்சில் நீ விதைத்த வார்த்தையை
உன் கைப்பையில் இரகசியமாய்
போட்டு அனுப்பியுள்ளேன்

உதடு தீட்டும் போது அதை எடுத்து
உச்சரித்துப்பார்
முத்தம் என்பதை வார்த்தையாக்கி
என் அறைமுழுக்க நட்டதும்
நீதான் எனில்
நீ வரும்வரை
எனது தொலைக்காட்சி அடைபட்டுத்தான் கிடக்கும்

வண்ணத்தியின் பணிகள்

யுவதிகளை விரட்டும் வண்ணத்துப் பூச்சிகள்
வன்முறை நிறைந்தவை
மெல்லிய நூல் போன்ற கத்தியை
அவர்களின் கண்களில் செருகி
தேனெடுக்கும்போதுதான் கவனித்தேன்
மலர்களை மயக்கும் அதன் குரோதத்தை
ஆயினும் யுவதிகள்
வண்ணத்துப் பூச்சியை நேசிக்கிறார்கள்
தங்களது இமைகள்
அதன் சிறகுகளைப் போன்றே
படபடப்பு மிக்கவை என நம்புகிறார்கள்
வண்ணத்திகள் மொய்க்கும்
தங்கள் உடல்களை நீராட்டி
சிதறும் துளிகளை அதற்கு
உணவாக வைக்கிறார்கள்
இரவில் வெளவால்களாக மாறிவிடும்
அப்பூச்சிகளைப் பற்றி
என் தோழி ஒருத்தியிடம் எச்சரித்தேன்
அதன் சிறிய கத்தியையும்
இரத்த வெறியையும் நம்பகப்படுத்தினேன்
அவள் மறுத்து

வண்ணத்திகள் ஒரு நோய்க்கான
மருந்து மற்றும் பணிவிடைகளையே
தங்களுக்கு
செய்வதாகவும் இரவில் தாங்களே
அவற்றை வௌவால்களாக
மாற்றிக்கொள்வதாகவும்
புன்னகைக்கிறாள்

❀

இரவல் காலங்கள்

இலையுதிர் காலத்திற்காய்
நீ என்னை இரவல் கேட்டிருந்தாய்
பகலைத் தின்றுவிட்டு
இரவால் கைகளைக் கழுவிக்கொண்டிருக்கிறேன்
நேர்ந்தது ஒரு சம்பவம்
விண்மீன்கள் கண்சிமிட்டும் இரவிற்கு முன்
வேலை செய்யாத தொலைபேசியை
நோக்கி உன் தவம் காற்றில் அலைகிறது
உன் குரல்
நடுங்கும் என் இலைகளை ஸ்பரிசிக்கலாம்
மேலும் அவை பழுத்தும்விட்டன
சிறுவர்கள் சப்தமிட்டு ஓடும் காலையில்
எனது வசந்தகால வார்த்தைகளை
உனக்கென நீ முடக்கிக்கொண்டு நிற்கிறாய்
சன்னலில் பனி படர்கிறது
உனது தனிமையின் மீது என் இலைகள் உதிர்கின்றன
இன்னும் ஒரு சம்பவம் மீதம் இருக்கிறது
இரவலின் பிரிவை அது என்னிலிருந்து
எடுத்துச் செல்லும்
பிறகு அன்பே என் தொலைபேசியும்
உனக்கென உயிர்பெறும்

இடம் மாறும் பறவைகள்

பறவைகள் இடம் மாறிப் பிழைப்பது போல
நான் ஒரு ஊழியனாகவும்
எனது சிறிய குடும்பத்தின் கூடு ஒன்றை
தோளில் தாங்கியவனாகவும் இருக்கிறேன்
என் அதிகாரத்தின் கடைசிக் கண்ணியில்
எனது சிறிய குழந்தையின் நடைக் காட்சிகள்
இரக்கமற்ற தொலைக்காட்சி அலைவரிசை போல
மாறிக்கொண்டிருப்பது ஒரு அறியப்பட முடியாத சோகம்
அவன் யாவற்றின் பெயர்களையும்
சளசளத்தபடி இருக்கிறான்
மிக இயல்பாக வீட்டின் சாமான்கள்
உடையாத விளையாட்டுப் பொருட்களுடன்
மூட்டை கட்டப்படுகின்றன.
பற்றற்றவள் போல் என் மனைவி அதில் ஈடுபடுகிறாள்
குழந்தை அவள் கைகளுக்குள் வினோதமாய் ஒடுங்குகிறது.
அவனறிந்த வெளி, பள்ளிகள்
சில நண்பர்கள், வாகன ஓட்டிகள்
கூடவே தோட்டத்து அணில்களோடு
அவனது பரிச்சயத்தை வேரோடு அகற்றி
நான் இடம் மாறும்போது
அவனது கனவுகளில்
உறைந்திருக்கும் ஓவியம் எவ்வாறு
வண்ணமழிந்து கசியும் என்பதுதான் திடுக்கிடலாய்
                                         இருக்கிறது

தேவேந்திர பூபதி

இருளின் சப்தம்

பெண்களைக் கவிதைகளாகவும்
மௌனங்களைப் பூக்களாகவும்
வைத்திருந்தவனின் வீட்டிற்கு
விருந்திற்குச் சென்றேன்
அவன் இரண்டு கவிதைகளை
வாசிக்கக் கொடுத்தான்
ஒவ்வொரு வார்த்தையும்
பிரபஞ்சத்தின் ஒளியை
இருளின் சப்தத்தை வெளிப்படுத்தியது
கைகளில் மகரந்த வாசைன வீசியது
என்னை அவனது தோட்டத்திற்கு
அழைத்துச் சென்று
உதிராத மலர்களைப் பறித்துத் தரும்போது
அவை என் அன்னையின் நறுமணத்தை நினைவூட்டின
அப்போது 30 வினாடிகளையும் ஒரு புவிஈர்ப்பு
விசையையும்
தாவரங்களில் தொங்கும்
நீர்த்துளிகள் தாங்கிக்கொண்டிருந்தன

❀

கனவகன்ற நிலம்

கனவை நட்டு வைக்க
காடாகிப் பரவி கரிய இருள் சூழ்ந்தது
திசை தெரிய ஒரு கொடி வெட்டி
மரம் சாய்த்து நடை விலக்க
ஒளி விழுது உள்ளிறங்கும்
வழி பிடித்து மேலேறி
கனவகன்ற நிலம் சென்றேன்
நிஜ உருவில் பார்த்தவரெல்லாம்
மூக்கு நீண்டவராய் கை விரலில்
பல் முளைத்துக் காணப்பட்டார்கள்
யாது நிலம் இது
நீங்களெல்லாம் என்னைப் போலில்லை
ஏதேது என்னைக் கைகளால்
கடிக்கின்றீர் என்றவனிடம்
கனவிலிருந்து வெளியேறு
என்றொரு கட்டளைக் குரல் வந்தது
ஆடை கழற்றி அதன் உடலை நீக்கினேன்
உலவும் வெற்றாடைக்குள் பாய்ந்தது
ஒளி விழுதிலிருந்து ஒரு கனவு

உண்மையான பயம்

பொய்தான் மிகத் தைரியமாக அதைச் செய்தது
நியாயங்களுக்கு அருகில்
இன்னும் கொஞ்சம் பயம்
பிறகும் பயத்தின் காதில்
யாரோ பூ வைத்துவிட்டுப் போகிறார்கள்
ஒரு தைரியத்தை வாங்க எத்தனை
பயத்தைத்தான் விலையாகக் கொடுப்பது
பயத்தை வாழ்வாகவும்
தைரியத்தை அறுவடையாகவும்
ஆக கொஞ்சம் பயத்தோடு
எடுத்துக்கொள்வது சரிதான்
இல்லை தவறு
தைரியத்தை வாழ்வாகவும்
பயத்தை விளைவாகவும் உருவாக்க
இன்னும் ஒரு தைரியம்
உண்மைதான் மிக வலிமையாக அதைச் செய்தது

நிலை / அநிலை

குரங்கு ஒரு உருவகம்
நிலையற்ற மனச் செய்கையின் படிமம்
உருவக மனம் குரங்கு என்றொரு
சொல்லை உருவகிக்கிறது
மனம் உருவகம்
சொல் குரங்கு நிலையற்றது
நிலையற்றது சொல்
உருவகிக்கிறது குரங்கை
நிலையற்ற மனம் ஒரு குரங்கு
இப்போது உருவகத்தால்
குரங்கு நிலை நிறுத்தப்பட்டுவிட்டது
இப்படித்தான் பட்டாம் பூச்சிகளையும்
நீர்மேல் அலைகளையும்
ஒருவனுடைய வாழ்வையும்
சொற்கள் நிலை நிறுத்துகின்றன
குரங்கோ கிளையில் ஊஞ்சலாடுகிறது

புலிநகச் சகோதரர்

ஒருபுறம் புலியின் உருவமும்
மறுபுறம் ஒரு பிரபுவின் தலையும்
அச்சடிக்கப்பட்ட நாணயம்
ஒன்றுக்காக சகோதரனிடம்
ஏற்பட்ட தகராறு
தலைப்பகுதியில் தழும்பாய் எஞ்சியிருக்கிறது
அது செல்லாத காசு என்றறிந்தும்
என் பால்யம் பிறகு
எங்கு செல்லும் எனப் புரிந்தும்
மறையாத தழும்பின் கீழ்
சக உதிரம் தேம்புகிறது
காலத்தில் நான் புலியாகவும்
மறுபுறம் பிரபுக்களின் வேட்டையாகவும்
நிலம் கிடந்து தவிக்க
நாணயங்களுக்குக் கீழ் போர் நடக்கும்
காலத்திற்கு வந்து சேர்ந்தேன்
செல்லாத நாணயங்களை
பொறுக்கும் எந்த விரலிலும் இப்போது
புலிநகம் பளபளக்கிறது
பிரபுக்களோ
தங்கள் பால்ய காலத்தில் கிடக்கிறார்கள்

அலை புரளும் கடல்

பரிமாறப்பட்ட மது
நிறமிழந்து கொண்டிருக்கின்றது
ஒரே நேரத்தில்
அலை புரள்கின்றன சிந்தனைகள்
தொலைபேசி உரையாடல் தொடர்கிறது
நிகழ்கணமும் வாய்ப்பும்
தள்ளி வைக்கப்பட்டிருக்கிறதா
தகுதிகளைத் தீர்மானிக்கும் முன்
நீர்த்துக்கொண்டிருக்கும் திரவத்தை
தீர்த்துவிடுவதே பயனுள்ள செய்ல்
எது வேண்டுமானாலும் நிகழலாம்
அதற்குமுன் ஒருவேளை
ஆழ்மனம் புதுப்பித்துக் கொண்டுவிட்டால்
நிகழ்கணமும் வாய்ப்பும் தொட்டுக்கொண்டால்
மீதமான திரவத்தில்
அலை புரளும் கடலை விட்டு
நாம் மேலேறலாம்

❀

வெளி வாங்கும் இதம்

ஒரே குச்சியில்
பற்றவைத்து விட்டேன்
கனன்று எரிகின்றது நெருப்பு
சுடர்விட்டெரியும் நெருப்பில்
கரைகிறது உயிர்
மிக மெதுவாய் குளிரும் விறகும்
சிதைவுறுகின்றன
விடிவதற்கின்னும் நாழிகைகள்
அதிகம்
குளிரின் பயமென்பதும்
நெருப்பின் அருகாமை என்பதும்
மிகை நாடும் கிளர்ச்சிதான்
உடல் அதன் இதம் காண
அறையில் ஒரு மெழுகுவர்த்தியை
ஏற்றியிருக்கலாம் நீ
நெருப்பின் நடனம்
ஒளியின் இசையாக
இன்னும்கூட சரியாகத்
துவங்கியிருக்கும்

மகாகவியாகும் ரகசியம்

கேசங்கள் புரள்கின்றன
ஒவ்வொரு இழையும் ஒரு கவிதை என்கிறான்
அவன் பாடல்களில் பறவைகளும்
கடல் அலைகளும் வெட்கமுற்ற பெண்களும்
வந்து போகிறார்கள்.
ஒரு காதல் கவிதைக்குக் கடவுள்
அவனுக்கு அறுநூறு நாணயங்கள் கொடுக்கிறார்
சாலையில் வியாபாரக் கடைகள்
புதிதாக அறிமுகமாகின்றன
ஒரு வாகனத்தில் கம்பீரமாகப் பயணிக்கிறான்
காதலின் ஒரு துண்டு மாமிசமாகவும்
ஒரு ஊற்று மதுவாகவும் மாற
தன் வார்த்தைகளில் இறந்துபோன
காதலியின் பெயரால் ஒரு உறக்கத்தையும்
பெற்றுக் கொள்கிறான்
நிலத்தின் மீது அறுநூறு வார்த்தைகள் கிடந்து
படபடக்கின்றன
ஒரு கவிதை சாக்கடையில் கிடந்து நனையக் கண்டான்
கோபத்தில்
விற்க முடியாத கவிதைகள்
சில தன்னிடம் இருப்பதாகவும்
அது தன்னை மகாகவியாக்கும் ரகசியம்
கொண்டது எனவும் பிரதிக்ஞை செய்தான்
அவன் வார்த்தைகள் மாமிசமாகிறது
அவனது பகலோ மது மயக்கத்தில் அலைகிறது

பாதுகாப்பான ஆழம்

கடற்கோள்கள் முடக்கிய நீர்நிலைகள் மருவி
நகரத்தில் ஒரு நீச்சல் குளம்
சிறார்கள் நீச்சல் பழகுகிறார்கள்
ஊஞ்சல்களும் வெயில் காயும் திண்டுகளும்
புல்வெளிக்கு நடுவே கண்காணிப்பு மேடையும்கூட
மரத்தளிர் மலர்களில் மூழ்கும்
வண்ணத்துப் பூச்சிகள்

விரைவில் தனியே நீந்தும் பிள்ளைகளுக்காக
பெற்றோர்கள் பெருமைப்படுகிறார்கள்
தத்தளிக்கும் குழந்தைகள்
கால் சட்டையை இழுத்துவிட்டுக்கொண்டு
மூக்கில் நீர் ஒழுகித் தவிக்கிறார்கள்
பயிற்சியாளர் பாதுகாப்பான
ஆழம்தான் எனப் பலமுறை கூறுகிறார்
அந்தக் காலையில்
இன்னும் சில விளையாட்டுக்கள், பயிற்சி வகுப்புகள்
பள்ளிக்கு இடையே விரைய வேண்டிய அவசரம்
வெயில் உறைக்கிறது

யாருமற்ற குளத்தில் வண்ணத்திகள்
குறுக்காக நீந்துகின்றன
ஒரு குழந்தையின் உடைந்த கண்ணாடி
அடி ஆழத்தில் கிடக்கிறது.
நீரின் சலனம் புல்வெளிகள் மற்றும்
எல்லாம் முடிந்த நிச்சலனம்

புராதனமான புனிதம்

மிச்சமிருக்கும் சில சொற்களுடன்தான்
உன்னிடம் வந்தேன்
பேசிய சொற்களின் வீரியம் அல்லது
ரகசியம் ஏதாவது ஒன்றைத் தொடும்படி
இருவிரல் நீட்டினாய்
தொட்டதில் மிஞ்சியது
ஒருபோதும் நாம் பேசாமல் விட்டது
அல்லது புனிதமானது
புனிதமற்ற ஒன்றின் துணையாகும் என்னை
நீ அழைத்தபடி இருப்பது
மிச்சமிருக்கும் சொற்களுக்குத்தான்
ஆனால் அவைதான் எவ்வளவு புராதனமானவை
உனது கோபத்தைப் போல
அல்லது முத்தங்களைப் போல
அல்லது வெறுப்பு அதற்கிணையான
அன்பின் உச்சாடனமாகவும் இருக்கலாம்
இரண்டு விரல்களையும் பிடித்திருந்தால்
ஒரு சொல்லும் மிச்சமிருந்திருக்காது

அத்துவான வெளி

பொய்க்கால்களுடன்
குதிரை வேடமிட்டுத் திரியும்
கூத்துக்காரனிடமிருக்கிறது
பழைய நூற்றாண்டுகளைக் கடந்துவந்த சாலை
தாய்மார்கள் ஒவ்வொரு கோடையிலும்
மனமொடிந்து
பிள்ளைகளைக் கிணற்றடியில்
விட்டுவந்ததை இன்னமும் செய்கிறார்கள்
எத்தனைதான் பஞ்சம் வந்தாலும்
மாடனுக்குக் குறைவில்லை
போதாக்குறைக்கு மனித ரத்தமும்
ஒவ்வொரு கொடையிலும்
முத்துப்பேச்சியும் மாரியாத்தாளும்
சாமியாடின தெருக்களில்
உருளப்போகிறது வெள்ளைக்காரச் சீமானின்
லொடலொடக்காத பென்ஸ் கார்
பிள்ளைகளைத் தாய்மார்களினி
புறந்தள்ள மாட்டார்களென்றாலும்
அய்யனாருக்கினிமேல்
தேங்காய் பழம்தான்
புள்ள வரம் கொடுத்த சாமிக்கோ
கூத்தாடி கழட்டிவச்ச
பொய்க்கால்கள்
முத்துப்பேச்சிக்கும் மாரியாத்தாளுக்கும்
டைம்கீப்பர் மட்டும்தான்

புல்வெளியில் ஒரு செல்ஃபோன்

வண்ணத்துப்பூச்சிகள் பறக்கும்
புல்வெளியில் ஒரு எருமைக்கன்று மேய்கிறது
அதன் தலையில் ஒரு பறவை அமர்ந்திருக்க
எனக்கு அதற்கப்பால் இருக்கும்
மலைகளில் ஏறி அந்தப்புறம் செல்ல ஆசை
கையில் கைபேசியுடன் நடக்கிறேன்
வெகுதூரக் காதலியின் உத்தரவுகள்
மிதிபடும் புற்களும் குளிர்ந்த காற்றும்
உலகம் சுழல்வதாகத் தெரியவில்லை
பறவையை விளையாட்டாகத் துரத்துகிறேன்
அது வானில் ஏறிப் பறக்கிறது
கைபேசி தவறிவிழ
பறவையின் கால்களைப் பற்றிக்கொண்டேன்
மலைக்கு அப்பால் கொண்டு இறக்கியது
எதிரே தனது செல்ஃபோனில் பேசியபடி
ஒருவன் வந்தான்
இரண்டு பெண்கள் என்னிடம் முகவரி கேட்டார்கள்
சுழலும் உலகத்தை அறியமுடிந்தது
பறவைக்குக் காத்திருந்தேன்
காதலியின் சொல் ஒலிக்கும்
புல்வெளியில் ஒரு செல்ஃபோன்
அதன் திரையில்
மஞ்சள் நிற வண்ணத்திகள்

பதங்கமானவன்

காற்றை இரைப்பையிலும்
நெருப்பைக் கண்களிலும்
நீரைத் தோலிலும்
நிலத்தைப் பாதத்திலும்
வானத்தைத் தலைக்குள்ளும்
சுமந்தவன் ஒரு படரும் தாவரத்தினைத் தொட்டான்
அது தங்கமானது
சொந்த உப்பினை முகர்ந்து பார்க்க
அது பதங்கமானது
ஒரு நத்தையைக் கையில் ஏந்த
அது பாஸ்பரஸ் போல எரிந்து போனது
நட்சத்திரங்களைக் கீழிறக்கி
நிலவில் படுத்துறங்கி
கடலில் நடந்து போகும் அவன்
நேற்றிரவு இரயில் விபத்தில் பலியாகி
உடல் சிதறிக் கிடந்தபோது அதனை
பஞ்சபூதங்களும் மௌனமாய்
பகிர்ந்துகொள்ளத் துவங்கின

உடலை வருடிச் செல்லும் காற்று

பறவையின்பால் தன்னை
இணைத்துக் கொண்ட
நாடோடி பறந்து திரிகிறான்
அவன் உடலை வருடிச் செல்லும் காற்றில்
கந்தகங்கள் மூலிகைகளாகின்றன
இயல்பாகவே வெளிவரும்
அவனது வார்த்தைகள்
அறிவைக் கேள்விக்குள்ளாக்குகின்றன
வளைவுகளிலும் நேராய்ச் செல்லும்
அவனின் தீட்சண்யம்
புறாக்களின் கூடுகளில் இருக்கும்
அதன் குஞ்சுகளுக்கான இரையை
சேகரிக்கிறது
பறந்தாலும்
இரை கண்டு இறங்கும் திடல்களில்
பசியின் சப்தத்தையும்
அதன் பின்னால் நீண்டிருக்கும் இருளையும்
காண்கிறார்கள் நாடோடிகள்
வானத்தில் ஒலிக்கும் பறவைகள்
மறைந்து போகின்றன
நாடோடிகள் விட்டுச் சென்றிருப்பது
கொஞ்சம் மூலிகைகளையும்
கூடுகளுக்குள் வெளிச்சத்தையும்
அறிவுக்கு அப்பால்
குறைந்த வார்த்தைகளையும்தான்

சீட்டாடும் மங்கை

சகியே
உனக்குச் சீட்டாடத் தெரியாது இல்லையா
ஆனாலும் உனக்கு எப்படியோ
ஜோக்கர்கள் கிடைத்துவிடுகிறார்கள்
ஜோடி சேர்வதில் இருக்கும் துயரம்பற்றி
ஜோக்கர்களிடம்தானே கூறமுடியும்
நீ கழற்றும் கார்டுகள் எது
சேர்த்துக்கொள்ளும் சீட்டுகள் எது
யார் அறிய முடியும் அதை
ஜெயிப்பதற்கான பதற்றத்தில் இருக்கிறாய்
கையில் ரம்மி இருக்கிறது
பர்லா இருக்கிறது
ஜோக்கர்களுக்கும் குறைவில்லை
ஜெயித்த மாதிரிதான்
ஆனால் நான்காவது கார்டு
எவ்வளவு மோசம் பண்ணுகிறது
உனது தந்திரங்களுக்கு அப்பால் ஒளிந்து
தன்னிச்சையாக அலைகிறது
இருந்தும் அதிர்ஷ்டவசமாக அது வரும்வேளை
பதற்றத்தில்
இம்முறை நீ கழற்றிவிட்டது சகியே
ஒரு முழுமையான ரம்மியை

வெளியே சாரல்

மரங்கள்
சாலைகளில் வனங்களில்
கொல்லையில் கோயில்களில்
வளர்கின்றன
பறவைகள் கோபுரத்தில் அமர்கின்றன
பிள்ளைகள் பள்ளியில் இருக்கிறார்கள்
ஆசிரியர்கள் அதிகாரிகள் அலுவலர்கள்
ஊழியத்தில் உழல்கிறார்கள்
மாடுகள் பால் கறக்கின்றன
தேயிலைகள் விளைகின்றன
பாடகர்கள் பாடுகிறார்கள் இசைக்கிறார்கள்
மண்ணைப் பிசைந்து ஒரு பானை
நீர்விட்டுக் குழைத்து நிலக்கடலைப்பயிர்
காற்றில் விமானம் கடலில் கப்பல்
நேற்று போலில்லை இன்று
நாளை போல் இருக்காது தகவல்
கதவுகள் திறந்திருக்கின்றன
உள்ளே வருவதற்கு அல்ல
வெளியேறுவதற்கு
அதுவும் உன்னோடு ஆமாம்
அவனுடனும்தான்

குறிப்புணர முடியாத பயணம்

தூரம் காட்டி நீளும் சாலைகளில் இருந்து
எனது குறிப்புகளை எழுதுகிறேன்
மிகத்துல்லியமாக விரைவில்
சென்றடையத்தக்க வழிமுறைகள்
ஏதும் அதில் இல்லை
நல்ல உணவுகள் கிடைக்குமிடம்
தங்கிச்செல்லும் விடுதிகள் குறித்த
தகவல்களும் கிடையாது
மோசமான சாலைகள் பற்றிய
எச்சரிக்கையும் இல்லை
திமிறி எழுந்தோடும் மேகங்கள்
பாதைகளில் சுருண்டுறங்கும் பாம்புகள்
மாலை நேரத்தில் பாதரசப்படுக்கையாய்
மின்னும் நீர்நிலைகள்
ஒருபோதும் குறிப்புணர முடியாத
அந்தியின் சலனம்
வேகத்தில் அனைத்தும் பின்புறமாய்
விரைந்தோடும் புதிர்
உடன் பயணிக்க விரும்பிய
பெண்ணின் துணையற்ற வெற்றிடம்
எழுத முடிவது
கைவிட்டுப்போனவை
பற்றிய ஞாபகங்கள் மற்றும்
ஒரு துண்டு உலகம்

இயல்பான நம்பிக்கை

நான் சொல்லும்போது
நீ நம்புவதுபோல முகம் காட்டும்
பின்னணியில் என்ன இருக்கிறது
தெரியவேண்டும்
நீ நம்புவதற்குரிய சொற்களை
எப்படி நான் தேர்ந்தெடுக்கிறேன்
என்பதும் அறிய வேண்டிய பின்னணிதான்
மீண்டும் சில சொற்களுக்காக
நீ என்னிடம் வருவதும்
கொண்டுவந்த சொற்களை
என்னிடம் விட்டுப்போவதும்
நான் நீ அல்ல நீ நானுமல்ல
பின்னால் முகம் மாற்றும்
செயல் மட்டும்தான்
இருவருக்கும் இயல்பானது
இத்தகைய செயல் நமக்கு
முன்னும் பின்னுமாய்
யுகங்களாய்த் தொடர்கிறது
சொல்லிய சொல் ஒரு சொல்லன்றோ
எனத் திகையாதே
சொல்லற மிஞ்சும்
நீயும் நானும்

தேவேந்திர பூபதி

ஆதிமூலம்

பதினாறாம் ராவிலே பாலாழிக்கடலிலே
மல்ஸ்யக் கன்னிகமாருடே மாணிக்கப் பொன்னுகொண்டு
தராமோ –

வள்ளமும்
அலையும் நதியோரப் பசுமையும்
நிழலாடும் பாடல் ஒன்று
எளிதாய்க் கடந்து வந்த
நிலத்தின் நினைவாய்
பால்யத்தைத் தாலாட்டுகிறது
தகழியின் காதல் நிலம்
விரித்த கதைகள்
நானிந்தத் தமிழ் நிலத்தின்
இருமையில் கோவலன் நீங்கிய
பத்தினிக் கோட்டம் பயின்று
உழல்கிறேன்
கதை சொல்லிகள் கவிஞர்களுடன் – பிறகு
என் வரலாறு எங்கே பொருந்துகிறது
நான் எந்த இனக்குழு
எந்த அரசியல் பேசுவது
யாரோடு இணைவது
சீத்தலைச் சாத்தனார் எனக்கு என்ன உறவுமுறை
வள்ளத்தோள் எழுத்தச்சன்

வள்ளுவர் தொல்காப்பியன்
எந்த வகுப்பு நான்
எனது பிள்ளைக் காலம் போயிற்று
எனது பிள்ளையின் காலத்தில்
ஒரு தந்தையை அவன்
எங்ஙனம்
சொல்லிக்காட்டுவான்

எண் உடல்

வெகுநாட்களுக்குப் பிறகுதான் தெரிந்தது
நான் ஒரு தொலைபேசி எண்ணாய் இருக்கிறேன் என்பது
உறக்கத்தின் மத்தியில் நடுநெற்றியில்
சம்மட்டியால் அடிப்பது
ஒரு இனிய குரல் எப்படி பிசாசைப் போல அலறும்
மேலும் அது என் காதுகளைப் பிடித்து
தலைகீழாக வேறு தொங்கும்போது
உறங்காத என் இமைகளில் இருந்து
காதலின் சொற்கள் வெளியேறியபடியே இருக்கின்றன
அதனுடன் கொஞ்சம் வசவுகளும்தான்

எனது பணிமேசையில் குதித்தாடும்
அழைப் பெண்களின் ஓசை
பாறைகளைச் சல்லிகளாக்கும்
இயந்திரத்தினுடையதிலும் சத்தமானது
பழைய முத்தங்களை இப்போது
மறுபரிசீலனை செய்கிறேன்
அதீதச் சிணுங்கல்களுடன் சில செல்லம் கொஞ்சுகின்றன
தாவரங்களைப் பற்றியும் மலைச் சரிவுகள் குறித்தும்
கதை சொல்பவையும் உண்டு.
பணிமாற்றம் குறித்து கவலை மறைத்து
மகிழ்ச்சி தெரிவிப்பவை சில
குரல்களின் வலையில் அகப்பட்டிருக்கிறது எனது உடல்
மாயச் சிலந்திகளின்
ஊடுருவும் பார்வைக்கு முன்பாக

எனது தொலைபேசி அலறுகிறது
எனது எண் எல்லாத் திசைகளிலும் இயக்கப்படுகிறது
எதிரே உருவமற்று என்னை ஆணையிடும்
குரல்களுக்கு முன்னால் எனது எண்
வெளிகளின் இணைப்பற்ற இடைவெளிகளில்
மௌனமாய்ப் பதுங்குகிறது

பறவைகளின் பாடலுக்குத் திரும்புவது

இதற்கு முன் என் காதலை
பத்திரப்படுத்தியவளிடம்
எனது கபடமின்மையைச் சேகரித்தவளிடம்
மந்திரவாதியின் உயிர் இருக்கும்
கிளிக்குஞ்சைப் போல்
எனது அன்பை விட்டிருக்கிறேன்

அவள்தான் சொன்னாள்
நீ இன்னும் மாசடையவில்லை
உனது கண்களின் வஞ்சகமின்மையை
நான் அறிவேன்
நீ திரும்புவாய் ஒரு தேவதையின்
தாலாட்டிற்கு
ஒரு மலரின் அழகை ஆன்மீகமாய்க் காண்பதற்கு

இன்னும் உனது கால்களில் நோவு அகலவில்லை
அழைப்புகளில் வஞ்சகம் மறையவில்லை
உனது வானம் மழையை மையமிடவில்லை
நதிகளிலோ அசுத்தங்கள் கலக்கின்றன
இருப்பினும் திரும்புவாய்
பறவைகளின் பாடலுக்கு
நெருப்பின் பழம் தன்மைக்கு
அல்லது ஒரு கனியின் உந்துதலுக்கு
கனவுகளில் அவள் கூவுகிறாள்

திரும்புவாய் உன் ஜீவிதத்திலிருந்து
ஒரு தாய்மைக்கு
அதனின்றும்
பத்திரப்படுத்துவேன் உன் காலத்தின் களங்கமின்மையை
பால்மணம் வீசும் உன் முத்தத்தையும்

நடமாட்டத்தின் இருப்பு

பலிக்கும் கனவுகளுக்கென ஒரு முகம்
அதன் நாவினில் நானொரு இலை
நதியின் கரைகளில் ஓர் இல்லம்
அதன் படித்துறையில் ஒரு தவளை
சிரிக்கும் விசித்திரம் எனது சிநேகிதி
அவளது ஞாபக மறதியில் ஒரு விடுதலை
பிறப்பிலிருந்தே கிடைக்கும் அறிக்கைகள்
அதிலிருந்து எனக்குமட்டுமான ஒரு செய்தி
எந்தக் காதலுக்காக இறக்கிவிடப்பட்டது
எனது நடமாட்டம்
ஒருமுறைதான் நீச்சல் பழகியதும்
ஆற்றில் அறிந்து கொண்டதும்
சுழலும் காதலுடன் இலைமேல்
தவளையாக
எனது இருப்பு

எனது தலைமுறையின் கோடை

இந்தக் கோடையில்
வாசல் வாழைகளை
எருமைக்கன்றுகள்
தாகத்திற்காகக் கடிக்கின்றன
முகம் கொதிக்கும் நண்பகலை
வணங்குகிறேன்
வெயில் வாங்கி விற்றுக்கொண்டிருக்கும் பூமி
இன்னமும் பழங்களில் புளிப்புச்சாறு
ஓரிருநாள் கோடைமழையின் புழுக்கம்
வறண்ட நீர்நிலைகளுக்கு அப்பால்
புறநகர்ப் புல்வெளிகளில்
விட்டில் கொத்தும் நாரைகள்
எனது தலைமுறையின் கோடை
முன்னெப்போதையும்விட வீரியமானது
அது கடவுளைக் கொன்றுவிட்டு
நம்பிக்கைகளைப் பெரிதும் அகலமாக்கியிருக்கிறது
எனது குடிநீரை
பத்திரப்படுத்திக்கொண்டு கோடையின் ஊடாக
பயணித்துக்கொண்டிருக்கிறேன்

❀

விழுந்த இருப்பு

இரவுகளை இசைப்பவன் ஒருவனோடு
பழத்தோட்டத்தில் உரையாட நேர்ந்தது
அவன் காதல் ஒரு பழைய சங்கீதம் என்றும்
அது பல துளைகள் கொண்ட புல்லாங்குழல்களில்
இருந்து உருவாகுவதாகவும் கூறினான்
ஓரிரண்டு பழங்கள் உதிர்ந்தவண்ணமிருந்தன
தத்துவம் விழுந்துவிடுகிறது
தளிர்கள் துளிர்த்துவிடுகின்றன
எனப் புன்னகைத்துக் கொண்டான்
மரங்கள் பற்றி நெடுநேரம் பேசினான்
வயதை மீறியதொரு அனுபவம்
காதலுக்குப்பின் வெளியேறிய இருப்பு
இறப்பதற்கு முன் இறுதியாகக் கேட்ட ஓசை

உனக்கு என்ன வேண்டும் எனக் கேட்டான்
ஒரு புல்லாங்குழல் போதும் என்றேன்
பழையதா புதியதா என்றான்
கிளைகள் துளிர்த்துவிடாத புதியது என்றேன்

வீடு திரும்பும் வெயில்

வெயிலை வேலைக்கு அமர்த்தி
அதன் செலவுக்குப் பணம் கொடுப்பது
அதிகப்படியான காரியம்
உதவாது என்று சொன்னார்கள்
வெயில் வருகின்ற இதம் போதும்
இருந்து சோம்பி விடைபெற்றாலும் சரிதான்
வெயிலைக் குறை சொல்வது
என்குல தெய்வத்திற்கு ஆகாது என மறுத்துவிட்டேன்
என் வெயிலோடு வெயிலாய்
வீதிக்கும் போய்க்கொள்வேன்
இரவு வந்தால் பிரிவு வரும்
கருமையும் என்குல தெய்வத்திற்குப் பிடிக்காது
ஆகவே விடியலில் விரைந்து வரவேண்டி
வெயிலை வீட்டிற்கு
அனுப்புவது வழக்கமாயிற்று
ஆனாலும் அதன்பாட்டிற்கு வரும் போகும்
வெயிலைக் கட்டிவைத்து ஆகுமா
ஒரு நாள் பனிச் சிகரத்தில்
இருப்பதாகச் சொல்லிவிட்டுப் போனது
பிறகு வரவேயில்லை
வெயிலை அழைத்துவர ஆள் அனுப்ப
போனவர்கள் வெயிலோடு போனவர்கள்தான்
அலைந்து திரியும் வெயிலுக்கு
வீடு திரும்புதல் பற்றிப் பேச எப்படித்தான் முடிகிறது

வெள்ளி வீதி

மறுபடியும்
சில இரவுகளை எனக்குத் தருவது
உனது பெருந்தன்மைதான்
வாழைக் குருத்துகள்
சில அங்குலம் வளர்ந்துவிடுகிற இரவை
நீயின்றி நான் என்ன செய்வது
பழஞ்செய்யுள்கள் எழுதித் திரிந்த
சங்ககாலத் தோழிகள்
இந்த நகரத்தில் எந்தத் தெருவில் வசிக்கிறார்களோ
நள்ளிரவு தாண்டியும்
உனது அழைப்பு ஒலித்து
தீராத கோபத்தையும்
இன்னிசையாக்கிவிடுகிறது
நான் உறங்கத் தவிக்கிறேன்
சீதோஷ்ணம் இதமாக இருக்கிறது
இந்த இரவை
கடந்த முத்தத்தின் பரவசத்திற்காக
விட்டுக்கொடுத்தமைக்கு நன்றி
விழித்திருந்து நீ எழுதும்
கவிதைக்கு என் வாழ்த்துக்கள்

மாடு மேயும் பரப்பு

கயிற்றில் கட்டிய பசு
வட்டமாய் புல் மேய்கிறது
பிறகு வட்டத்திற்குள் அமர்ந்து அசை போடுகிறது
வட்டப்புல் மேய்ந்த பசு
வட்டத்திற்கு வெளியே பசி மறந்தது
கயிற்றின் தீர்மானமான பரப்பு
அதன் மையம் விலகாத தன்மை
புற்களின் எளிமை அதன் வட்டம்
பிறகு மாட்டின் வால் வரைந்த வட்டம்
அதன் கண்களில் அகப்பட்ட வட்டம்
மாடு வெளி நோக்கி அவிழ்த்துக் கொண்டது
மையமும் அதன் கயிறும் கிடக்கிறது
இடையே ஒரு வாழ்வு அல்லது ஒரு பசி
அல்லது ஒரு கழிவு அல்லது ஒரு உற்பத்தி
அல்லது ஒரு விலங்கு
செயல் மையமாகும் போது
எல்லாம் நடக்கிறது
வெளியை மாடு கடக்கிறது